Impressum
Verlag: BABADADA GmbH, Nedderfeld 112 , 22529 Hamburg
Geschäftsführer / Verlagsleitung: Harald Hof
Druck: Books on Demand GmbH, In de Tarpen 42, 22848 Norderstedt

Imprint
Publisher: BABADADA GmbH, Nedderfeld 112 , 22529 Hamburg, Germany
Managing Director / Publishing direction: Harald Hof
Print: Books on Demand GmbH, In de Tarpen 42, 22848 Norderstedt

โรงเรียน

school

ห้องเรียน
klaslokaal
หาร
delen
186/2
กระดาน
bord
สนามโรงเรียน
speelplaats
ครู
leerkracht
กระดาษ
papier
เขียน
schrijven
ปากกา
pen
โต๊ะทำงาน
bureau
ไม้บรรทัด
liniaal
หนังสือ
boek
นักเรียน
leerling

กระเป๋าหนังสือ

schooltas

กล่องดินสอ

pennenzak

ดินสอ

potlood

กบเหลาดินสอ

puntenslijper

ยางลบ

gom

สมุดวาดภาพ

tekenblok

2

โรงเรียน - school

Impressum
Verlag: BABADADA GmbH, Nedderfeld 112 , 22529 Hamburg
Geschäftsführer / Verlagsleitung: Harald Hof
Druck: Books on Demand GmbH, In de Tarpen 42, 22848 Norderstedt

Imprint
Publisher: BABADADA GmbH, Nedderfeld 112 , 22529 Hamburg, Germany
Managing Director / Publishing direction: Harald Hof
Print: Books on Demand GmbH, In de Tarpen 42, 22848 Norderstedt

หาร
delen

186/2

กระดาน
bord

ห้องเรียน
klaslokaal

สนามโรงเรียน
speelplaats

ครู
leerkracht

กระดาษ
papier

เขียน
schrijven

ปากกา
pen

โต๊ะทำงาน
bureau

ไม้บรรทัด
liniaal

หนังสือ
boek

นักเรียน
leerling

กระเป๋าหนังสือ
....
schooltas

กล่องดินสอ
....
pennenzak

ดินสอ
....
potlood

กบเหลาดินสอ
....
puntenslijper

ยางลบ
....
gom

สมุดวาดภาพ
....
tekenblok

ภาพวาด

tekening

พู่กัน

verfborstel

กล่องสี

verfdoos

กรรไกร

schaar

กาว

lijm

สมุดแบบฝึกหัด

werkboek

การบ้าน

huiswerk

12

ตัวเลข

nummer

2+2

บวก

optellen

ลบ

aftrekken

2×2

คูณ

vermenigvuldigen

คำนวณ

rekenen

A

ตัวอักษร

letter

ABCDEFG
HIJKLMN
OPQRSTU
VWXYZ

อักษรพยัญชนะ

alfabet

คำ

woord

ข้อความ

tekst

อ่าน

Lezen

ชอล์ก

krijt

บทเรียน

les

ลงทะเบียน

klassenboek

การสอบ

examen

ใบรับรอง

certificaat

ชุดนักเรียน

schooluniform

การศึกษา

onderwijs

สารานุกรม

encyclopedie

มหาวิทยาลัย

universiteit

กล้องจุลทรรศน์

microscoop

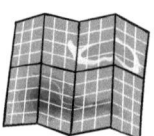

แผนที่

kaart

ตะกร้าใส่เศษกระดาษที่ไม่ใช้แล้ว

papiermand

โรงแรม
hotel
Grand
โฮสเทล
jeugdherberg
ROOMS
สำนักงานแลกเปลี่ยนเงินตรา
wisselkantoor
CHANGE
กระเป๋าเดินทาง
koffer
รถยนต์
auto

ภาษา

Taal

ใช่/ไม่ใช่

ja / nee

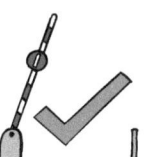

ตกลง

oké

สวัสดี

hallo

นักแปล

vertaler

ขอบคุณ

bedankt

ราคาเท่าไหร่...?

Hoeveel kost ...?

ฉันไม่เข้าใจ

Ik begrijp het niet

ปัญหา

probleem

สวัสดีตอนเย็น

Goedenavond!

สวัสดีตอนเช้า

Goedemorgen!

ราตรีสวัสดิ์

Goedenavond!

แล้วพบกันใหม่

Tot ziens

ทิศทาง

richting

กระเป๋าเดินทาง

bagage

กระเป๋า

zak

กระเป๋าสะพายหลัง

rugzak

แขก

gast

ห้อง

kamer

ถุงนอน

slaapzak

เต้นท์

tent

ข้อมูลนักท่องเที่ยว
toeristeninformatie

ชายหาด
strand

บัตรเครดิต
kredietkaart

มื้อเช้า
ontbijt

มื้อกลางวัน
lunch

มื้อเย็น
avondeten

ตั๋ว
ticket

ลิฟต์
lift

แสตมป์
postzegel

พรมแดน
grens

ภาษีศุลกากร
douane

สถานทูต
ambassade

วีซ่า
visum

พาสปอร์ต
paspoort

เครื่องบิน
vliegtuig
เรือใหญ่
schip
รถดับเพลิง
brandweerwagen
รถโดยสารประจำ
bus
รถบรรทุก
vrachtwagen
เรือยนต์
motorboot
จักรยาน/จักรยานยนต์
fiets
รถยนต์
auto

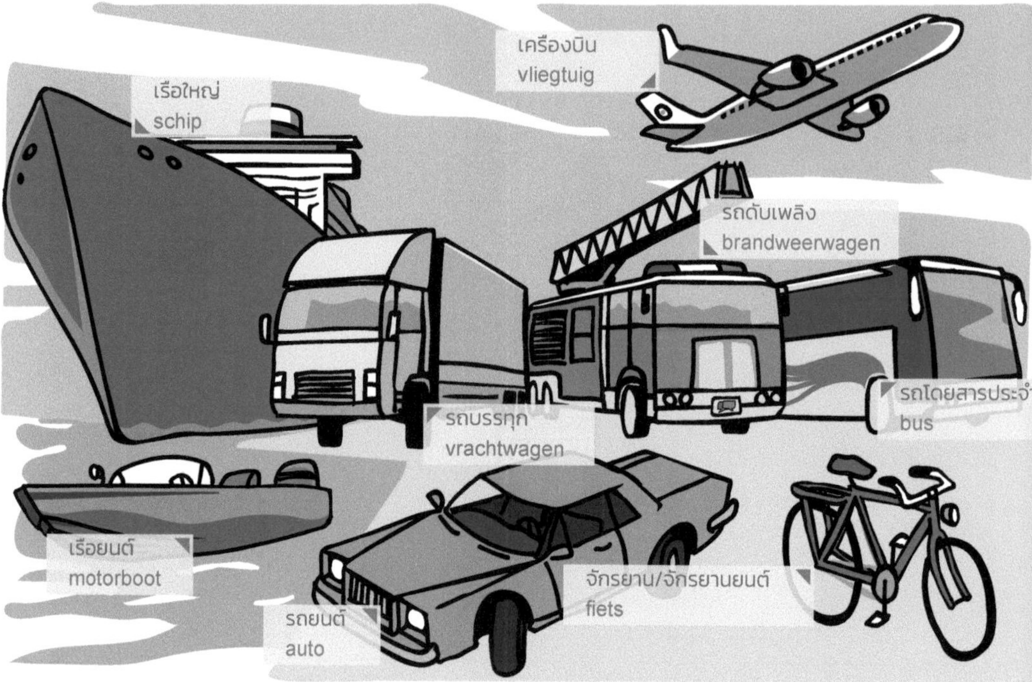

เรือข้ามฟาก
veerboot

เรือ
boot

รถจักรยานยนต์
motor

รถตำรวจ
politiewagen

รถแข่ง
racewagen

รถเช่า
huurauto

การแบ่งกันใช้รถยนต์
carpoolen

รถลาก
sleepwagen

รถขยะ
vuilniswagen

เครื่องยนต์
motor

เชื้อเพลิง
benzine

ปั้มน้ำมัน
benzinestation

เครื่องหมายจราจร
verkeersbord

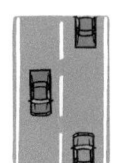

การจราจร
verkeer

การจราจรติดขัด
file

ที่จอดรถ
parkeerplaats

สถานีรถไฟ
station

รางรถไฟ
sporen

รถไฟ
trein

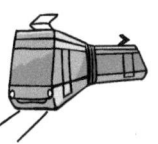

รถราง
tram

ตู้รถไฟ
wagon

เฮลิคอปเตอร์

helikopter

สนามบิน

luchthaven

หอคอย

toren

ผู้โดยสาร

passagier

ตู้บรรจุสินค้า

container

กล่องกระดาษ

karton

รถเข็น/รถลาก

kar

ตะกร้า

mand

บินขึ้น/ ลงจอด

opstijgen / landen

stad

หมู่บ้าน

dorp

ใจกลางเมือง

stadscentrum

บ้าน

huis

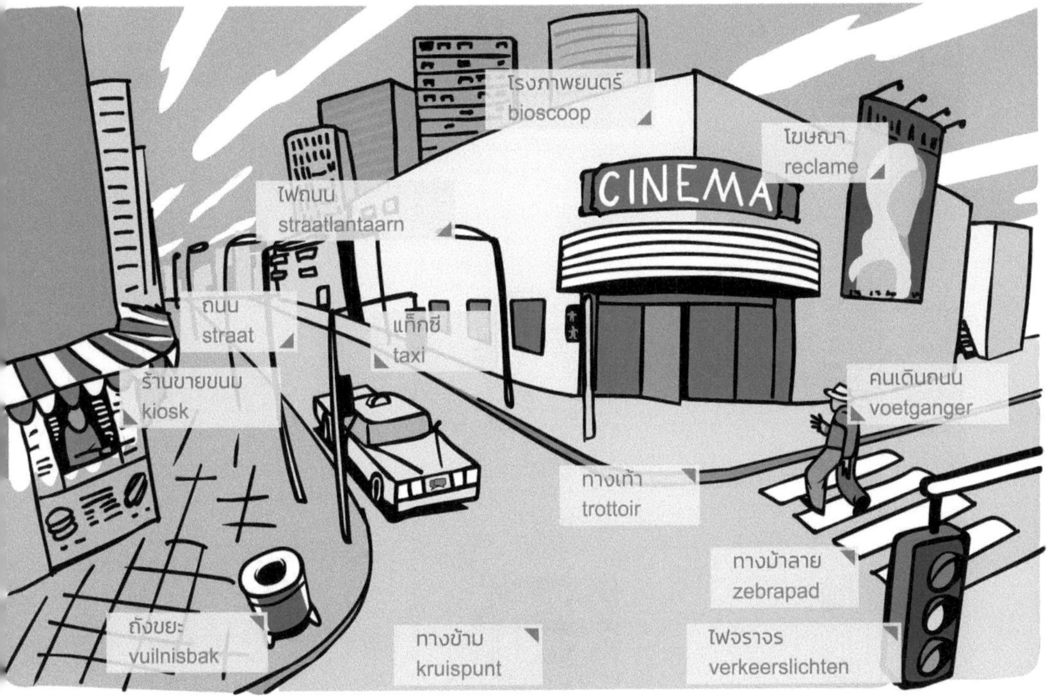
CINEMA
โรงภาพยนตร์
bioscoop
โฆษณา
reclame
ไฟถนน
straatlantaarn
ถนน
straat
แท็กซี่
taxi
ร้านขายขนม
kiosk
คนเดินถนน
voetganger
ทางเท้า
trottoir
ทางม้าลาย
zebrapad
ถังขยะ
vuilnisbak
ทางข้าม
kruispunt
ไฟจราจร
verkeerslichten

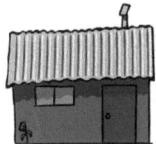

กระท่อม

hut

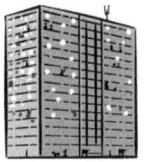

แฟลต

woning

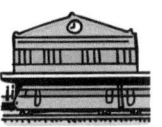

สถานีรถไฟ

station

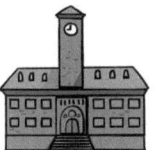

ศาลากลางจังหวัด

stadshuis

MUSEUM

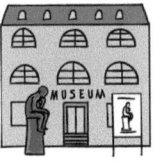

พิพิธภัณฑ์

museum

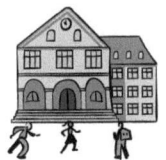

โรงเรียน

school

มหาวิทยาลัย
universiteit

ธนาคาร
bank

โรงพยาบาล
ziekenhuis

โรงแรม
hotel

ร้านขายยา
apotheek

สำนักงาน
kantoor

ร้านขายหนังสือ
boekwinkel

ร้านค้า
winkel

ร้านขายดอกไม้
bloemenwinkel

ซูเปอร์มาร์เก็ต
supermarkt

ตลาด
markt

ห้างสรรพสินค้า
warenhuis

ร้านขายปลา
vishandelaar

ศูนย์การค้า
winkelcentrum

ท่าเรือ
haven

สวนสาธารณะ

park

ม้านั่ง

bank

สะพาน

brug

บันได

trap

รถไฟใต้ดิน

metro

อุโมงค์

tunnel

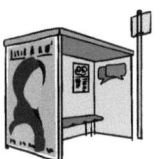

ป้ายรถเมล์

bushalte

บาร์

bar

ร้านอาหาร

restaurant

ตู้ไปรษณีย์

brievenbus

ป้ายชื่อถนน

straatnaambord

มิเตอร์เก็บค่าจอดรถ

parkeermeter

สวนสัตว์

zoo

สระว่ายน้ำ

zwembad

สุเหร่า/มัสยิด

moskee

ฟาร์ม
boerderij

มลพิษ
milieuverontreiniging

สุสาน
kerkhof

โบสถ์
kerk

สนามเด็กเล่น
speelplaats

วัด
tempel

landschap

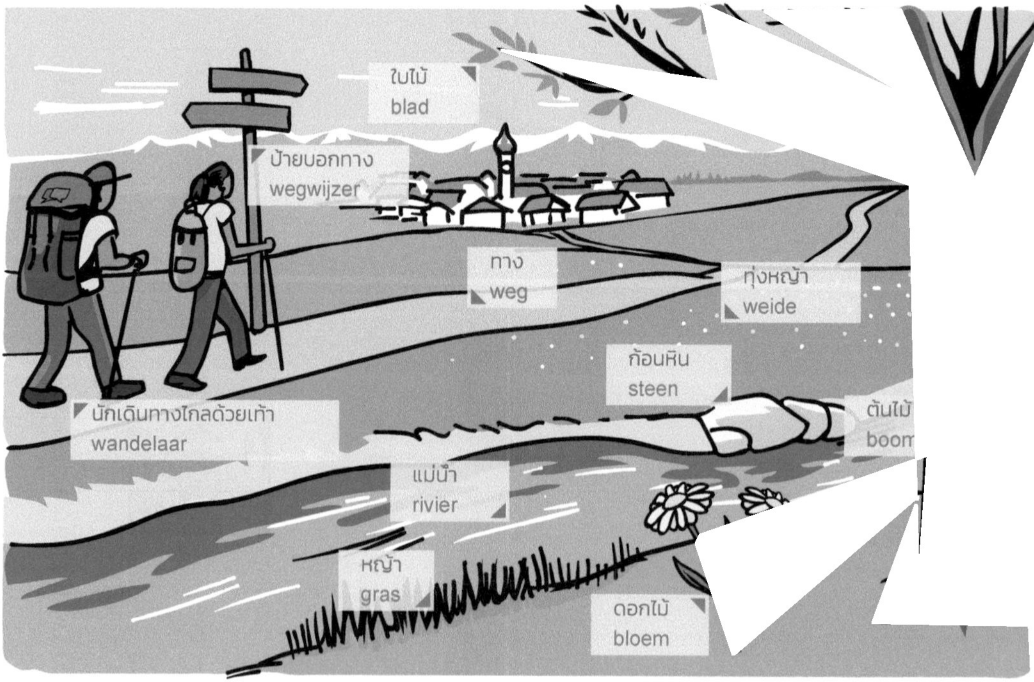

ใบไม้
blad

ป้ายบอกทาง
wegwijzer

ทาง
weg

ทุ่งหญ้า
weide

ก้อนหิน
steen

ต้นไม้
boom

นักเดินทางไกลด้วยเท้า
wandelaar

แม่น้ำ
rivier

หญ้า
gras

ดอกไม้
bloem

หุบเขา

vallei

เนินเขา

heuvel

ทะเลสาบ

meer

ป่า

bos

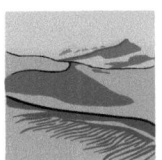

ทะเลทราย

woestijn

ภูเขาไฟ

vulkaan

คฤหาสน์

kasteel

รุ้งกินน้ำ

regenboog

เห็ด

paddenstoel

ต้นปาล์ม

palmboom

ยุง

mug

แมลงวัน

vlieg

มด

mier

ผึ้ง

bijl

แมงมุม

spin

แมลงปีกแข็ง

kever

กบ

kikker

กระรอก

eekhoorn

เม่น

egel

กระต่ายป่า

haas

นกฮูก

uil

นก

vogel

หงส์

zwaan

หมูป่าตัวผู้

wild zwijn

กวาง

hert

กวางมูส

eland

เขื่อน

dam

กังหันลม

windturbine

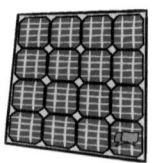

แผงโซล่าเซลล์

zonnepaneel

สภาพอากาศ

klimaat

บริกรชาย
ober
รายการอาหาร
menu
เก้าอี้
stoel
ซุป
soep
พิซซ่า
pizza
เครื่องใช้บนโต๊ะอาหาร
bestek
ผ้าปูโต๊ะ
tafelkleed

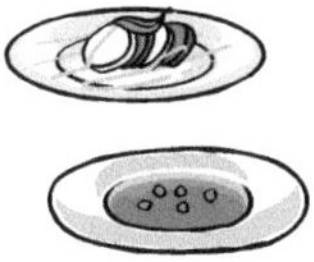

อาหารเรียกน้ำย่อย

voorgerecht

อาหารจานหลัก

hoofdgerecht

ของหวาน

nagerecht

เครื่องดื่ม

drankjes

อาหาร

eten

ขวด

fles

อาหารจานด่วน

fastfood

ร้านข้างถนน

street food

กาน้ำชา

theepot

โถใส่น้ำตาล

suikerpot

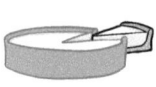

ส่วนแบ่งอาหารสำหรับหนึ่งคน

portie

เครื่องชงกาแฟเอสเปรสโซ่

espressomachine

เก้าอี้สูง

kinderstoel

ใบเสร็จ

rekening

ถาด

dienblad

มีด

mes

ส้อม

vork

ช้อน

lepel

ช้อนชา

theelepel

ผ้าเช็ดปากบนโต๊ะอาหาร

serviette

แก้วน้ำ

glas

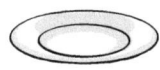

จาน

bord

จานซุป

soepbord

จานรอง

schoteltje

ซอส

saus

กระปุกเกลือ

zoutvatje

กระปุกบดพริกไทย

pepermolen

น้ำส้มสายชู

azijn

น้ำมันที่ใช้ปรุงอาหาร

olie

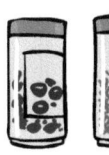

เครื่องเทศ

kruiden

ซอสมะเขือเทศ

ketchup

มัสตาร์ด

mosterd

มายองเนส

mayonaise

supermarkt

ข้อเสนอพิเศษ
aanbieding
FOR
ลูกค้า
klant
ผลิตภัณฑ์ที่ทำจากนม
zuivelproducten
ผลไม้
fruit
รถเข็น
winkelwagen

BUTCHERS

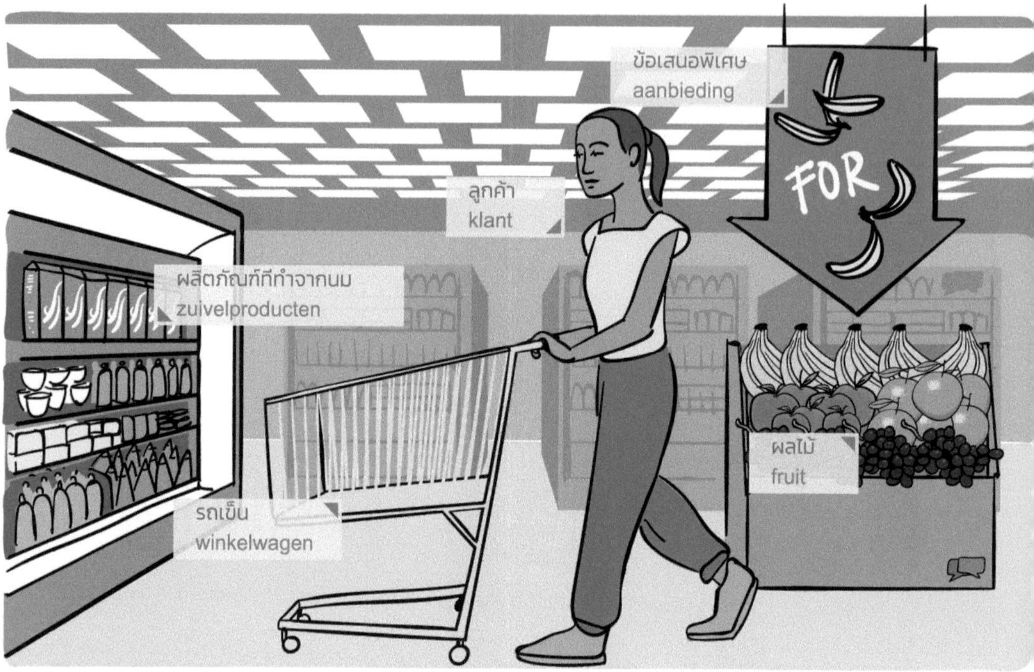

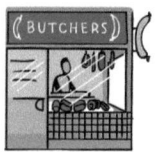

ร้านขายเนื้อ

slagerij

BAKERY

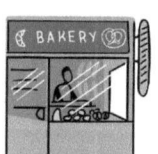

ร้านขายขนมปัง

bakkerij

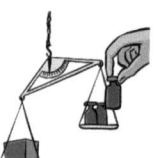

ชั่งน้ำหนัก

wegen

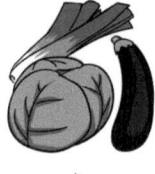

ผัก

groenten

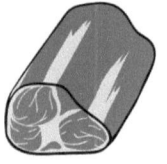

เนื้อ

vlees

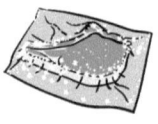

อาหารแช่แข็ง

diepvriesvoedsel

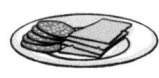

อาหารเนื้อตัดเย็น
charcuterie

อาหารกระป๋อง
conserven

ผงซักฟอก
waspoeder

ขนมหวาน/ลูกกวาด
snoep

ผลิตภัณฑ์ในครัวเรือน
huishoudproducten

ผลิตภัณฑ์ทำความสะอาด
schoonmaakproducten

พนักงานขายหญิง
verkoopster

เครื่องคิดเงิน
kassa

พนักงานจ่ายเงิน
kassier

รายการซื้อของ
boodschappenlijstje

เวลาเปิดทำการ
openingstijden

กระเป๋าสตางค์
portefeuille

บัตรเครดิต
kredietkaart

กระเป๋า
tas

ถุงพลาสติก
plastieken zakje

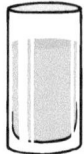

น้ำเปล่า

water

น้ำผลไม้

sap

นม

melk

โค้ก

cola

ไวน์

wijn

เบียร์

bier

แอลกอฮอล์

alcohol

โกโก้

cacao

ชา

thee

กาแฟ

koffie

เอสเปรสโซ่

espresso

คาปูชิโน่

cappuccino

กล้วย

banaan

แอปเปิ้ล

appel

ส้ม

sinaasappel

เมลอน

meloen

มะนาว

citroen

แครอท

wortel

กระเทียม

knoflook

ต้นไผ่

bamboe

หัวหอม

ajuin

เห็ด

champignon

ถั่ว

noten

ก๋วยเตี๋ยว

noodles

สปาเก็ตตี้

spaghetti

ข้าว

rijst

สลัด

salade

มันฝรั่งทอด

frieten

มันฝรั่งทอด

gebakken aardappelen

พิซซ่า

pizza

แฮมเบอร์เกอร์

hamburger

แซนด์วิช

sandwich

ชิ้นเนื้อไร้กระดูก

kalfslapje

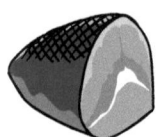

แฮม

ham

ไส้กรอกแห้งซาลามิ

salami

ไส้กรอก

worst

ไก่

kip

ย่าง/ปิ้ง

braden

ปลา

vis

โจ๊กข้าวโอ๊ต
havervlokken

ธัญพืชอบกรอบ
muesli

คอร์นเฟล็ค
cornflakes

แป้งทำอาหาร
bloem

ครัวซองค์
croissant

ขนมปังสโคน
pistolet

ขนมปัง
brood

ขนมปังปิ้ง
toast

บิสกิต
koekjes

เนย
boter

นมข้น
kwark

เค้ก
taart

ไข่
ei

ไข่ดาว
spiegelei

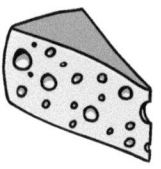

ชีส
kaas

ไอศกรีม

ijs

น้ำตาล

suiker

น้ำผึ้ง

honing

แยม

confituur

ช็อกโกแลตครีมสเปรด

choco

แกงกะหรี่

curry

บ้านไร่
boerderij

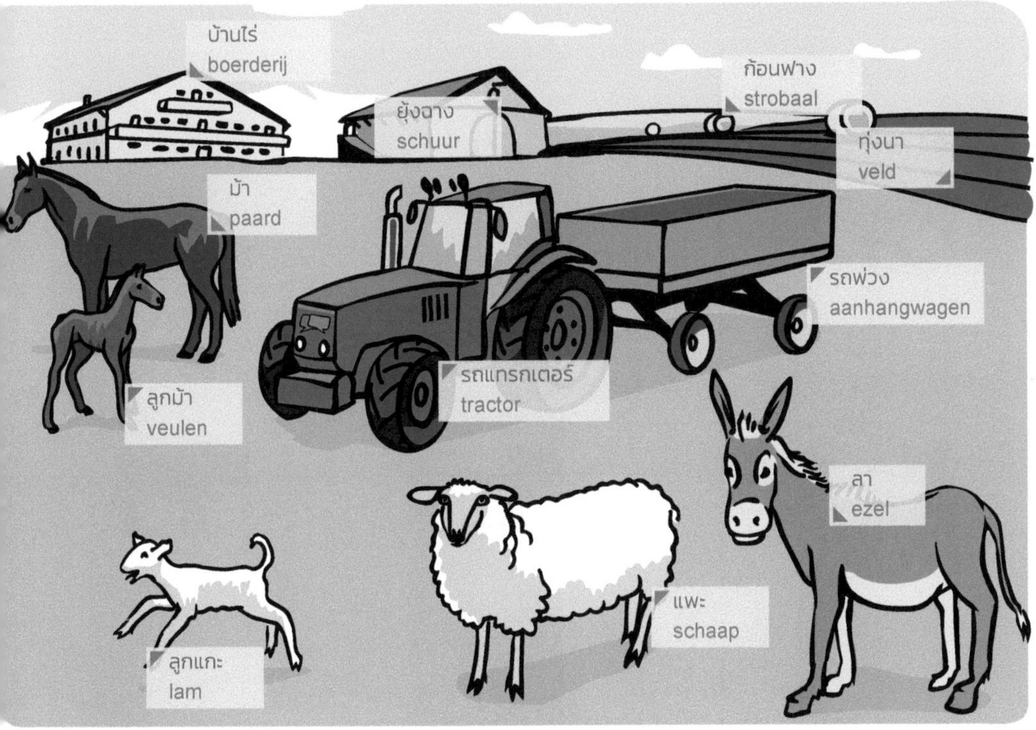

ยุ้งฉาง
schuur

ก้อนฟาง
strobaal

ทุ่งนา
veld

ม้า
paard

รถพ่วง
aanhangwagen

ลูกม้า
veulen

รถแทรกเตอร์
tractor

ลา
ezel

แพะ
schaap

ลูกแกะ
lam

แพะ
geit

วัวตัวเมีย
koe

ลูกวัว
kalf

หมู
varken

ลูกหมู
biggetje

วัวตัวผู้
stier

ห่าน

gans

เป็ด

eend

ลูกไก่

kuiken

แม่ไก่

kip

ไก่ตัวผู้

haan

หนู

rat

แมว

kat

หนู

muis

วัวตัวผู้สำหรับใช้แรงงานในฟาร์
ม

os

สุนัข

hond

บ้านสุนัข

hondenhok

สายยางที่ใช้ในสวน

tuinslang

บัวรดน้ำต้นไม้

gieter

เคียวด้ามยาว

zeis

คันไถ

ploeg

เคียว

sikkel

จอบ

schoffel

คราด

hooivork

ค้อน

bijl

รถเข็นล้อเดียว

kruiwagen

รางน้ำ

trog

ถังใส่นม

melkkan

กระสอบ

zak

รั้ว

hek

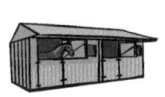

คอกม้า

stal

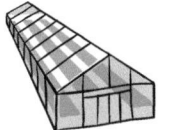

เรือนกระจก

broeikas

ดิน

bodem

เมล็ดพืช

zaad

ปุ๋ย

mest

เครื่องเกี่ยวนวดข้าว

maaidorser

เก็บเกี่ยว

oogsten

การเก็บเกี่ยว

oogst

มันเทศ

yam

ข้าวสาลี

tarwe

ถั่วเหลือง

soja

มันฝรั่ง

aardappel

ข้าวโพด

maïs

ดอกเรพซีด

koolzaad

ต้นไม้ที่ออกผล

fruitboom

มันสำปะหลัง

maniok

ธัญพืช

graan

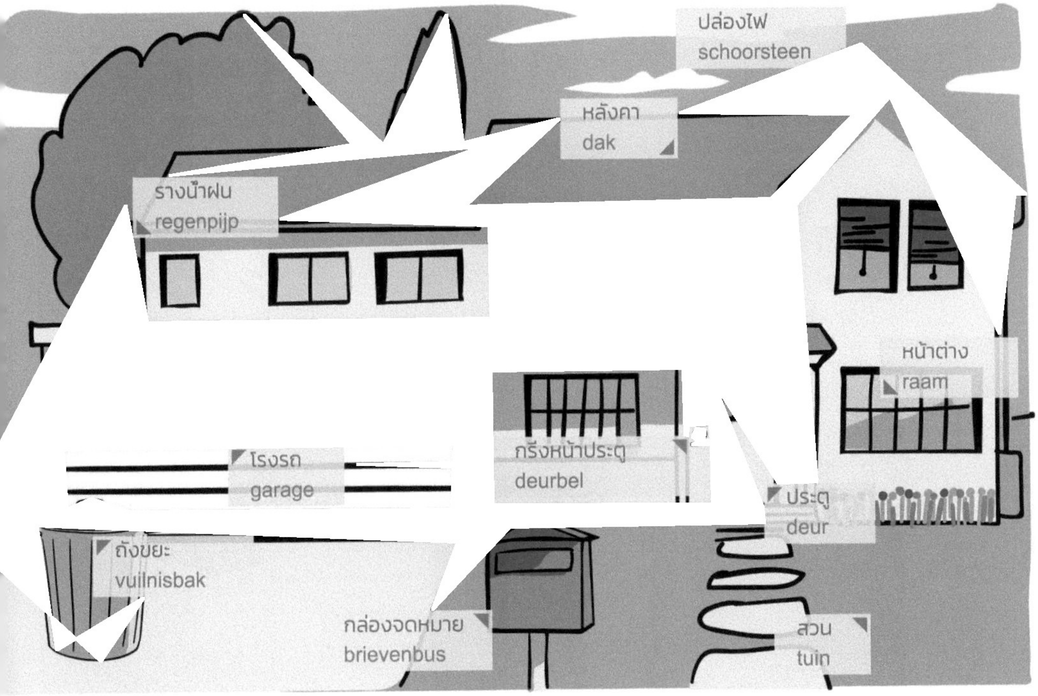

ปล่องไฟ
schoorsteen

หลังคา
dak

รางน้ำฝน
regenpijp

หน้าต่าง
raam

โรงรถ
garage

กริ่งหน้าประตู
deurbel

ประตู
deur

ถังขยะ
vuilnisbak

กล่องจดหมาย
brievenbus

สวน
tuin

ห้องนั่งเล่น
woonkamer

ห้องน้ำ
badkamer

ห้องครัว
keuken

ห้องนอน
slaapkamer

ห้องพักสำหรับเด็ก
kinderkamer

ห้องอาหาร
eetkamer

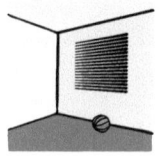

พื้น

vloer

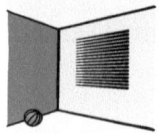

ผนัง

muur

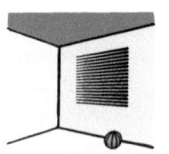

เพดาน

plafond

ห้องเก็บของใต้ดิน

kelder

ชาวน่า

sauna

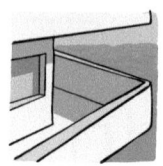

ระเบียง

balkon

ลานตะพักลำน้ำ

terras

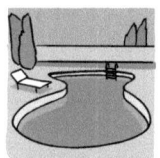

สระว่ายน้ำ

zwembad

เครื่องตัดหญ้า

grasmaaier

ผ้าปูที่นอน

dekbedovertrek

ผ้าคลุมเตียง

dekbed

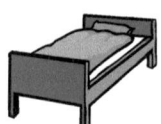

เตียง

bed

ไม้กวาด

bezem

ถังน้ำ

emmer

สวิตซ์

schakelaar

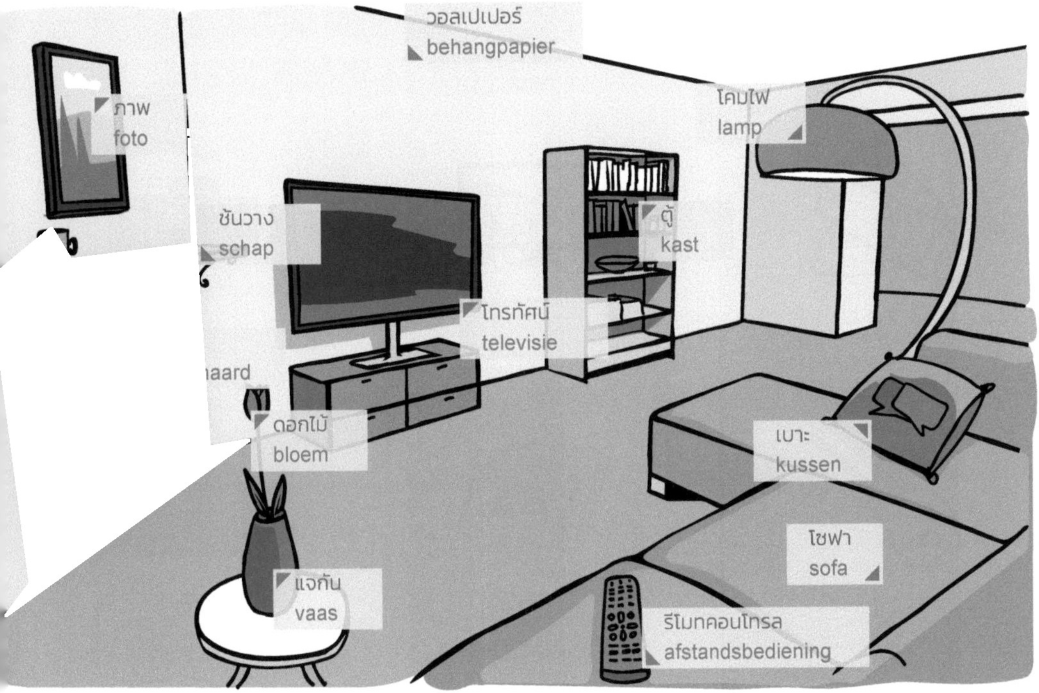

วอลเปเปอร์
behangpapier

ภาพ
foto

โคมไฟ
lamp

ชั้นวาง
schap

ตู้
kast

โทรทัศน์
televisie

haard

ดอกไม้
bloem

เบาะ
kussen

โชฟา
sofa

แจกัน
vaas

รีโมทคอนโทรล
afstandsbediening

พรมเช็ดเท้า
....
mat

ผ้าม่าน
....
gordijn

โต๊ะ
....
tafel

เก้าอี้
....
stoel

เก้าอี้โยก
....
schommelstoel

เก้าอี้ที่มีที่วางแขน
....
fauteuil

หนังสือ

boek

ผ้าห่ม

deken

ของตกแต่ง

decoratie

ฟืน

brandhout

ภาพยนตร์

film

เครื่องเสียงระบบไฮไฟ

stereo-installatie

กุญแจ

sleutel

หนังสือพิมพ์

krant

จิตรกรรม

schilderij

โปสเตอร์

poster

วิทยุ

radio

สมุด

notitieboekje

เครื่องดูดฝุ่น

stofzuiger

ตะบองเพชร

cactus

เทียนไข

kaars

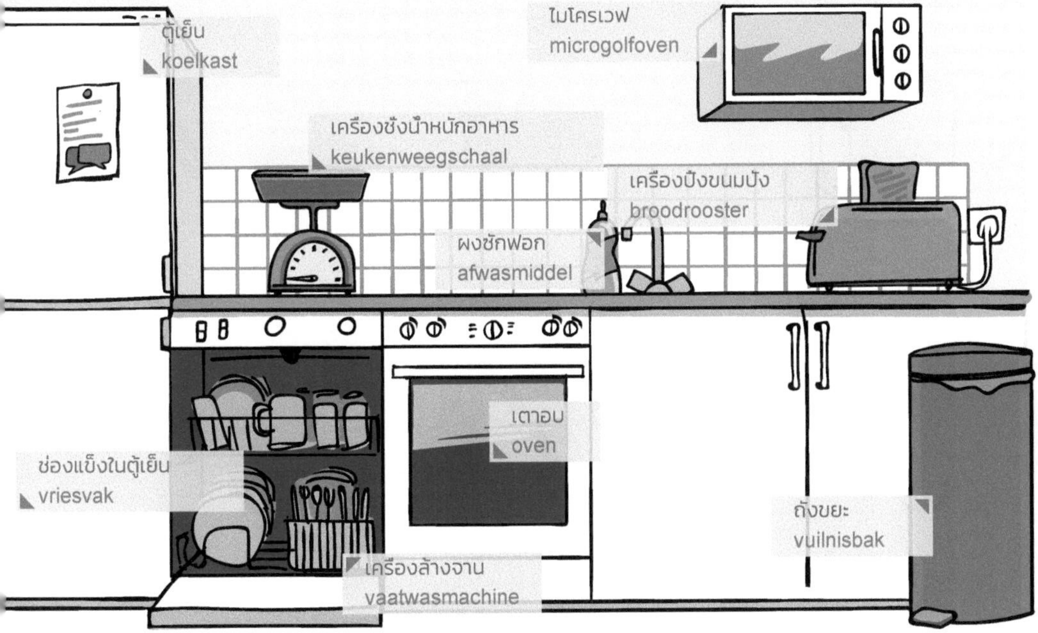

ตู้เย็น
koelkast

ไมโครเวฟ
microgolfoven

เครื่องชั่งน้ำหนักอาหาร
keukenweegschaal

เครื่องปิ้งขนมปัง
broodrooster

ผงซักฟอก
afwasmiddel

ช่องแข็งในตู้เย็น
vriesvak

เตาอบ
oven

ถังขยะ
vuilnisbak

เครื่องล้างจาน
vaatwasmachine

เตาปรุงอาหาร
....
fornuis

หม้อ
....
pot

หม้อเหล็กหล่อ
....
gietijzeren pot

กระทะจีน
....
wok / kadai

กระทะ
....
pan

กาต้มน้ำ
....
waterkoker

หม้อไอน้ำ

stoomkoker

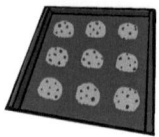

ถาดอบ

bakplaat

เครื่องถ้วยชาม

servies

เหยือก

mok

ชาม

kom

ตะเกียบ

eetstokjes

ทัพพีด้ามยาว

pollepel

ตะหลิว

spatel

ที่ตีไข่

garde

ที่กรอง

vergiet

กระชอน

zeef

ที่ขูด

rasp

ครก

mortier

บาร์บีคิว

barbecue

แคมป์ไฟถาวร

haardvuur

เขียง

snijplank

ไม้นวดแป้ง

deegrol

สว่านเปิดจุกขวด

kurkentrekker

กระป๋อง

blik

ที่เปิดกระป๋อง

blikopener

ถุงมือจับของร้อน

pannenlap

อ่างล้างจาน

gootsteen

แปรง

borstel

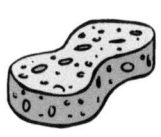

ฟองน้ำ

spons

เครื่องปั่น

blender

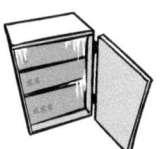

ตู้แช่แข็ง

vriezer

ขวดนม

papfles

ก๊อกน้ำ

kraan

badkamer

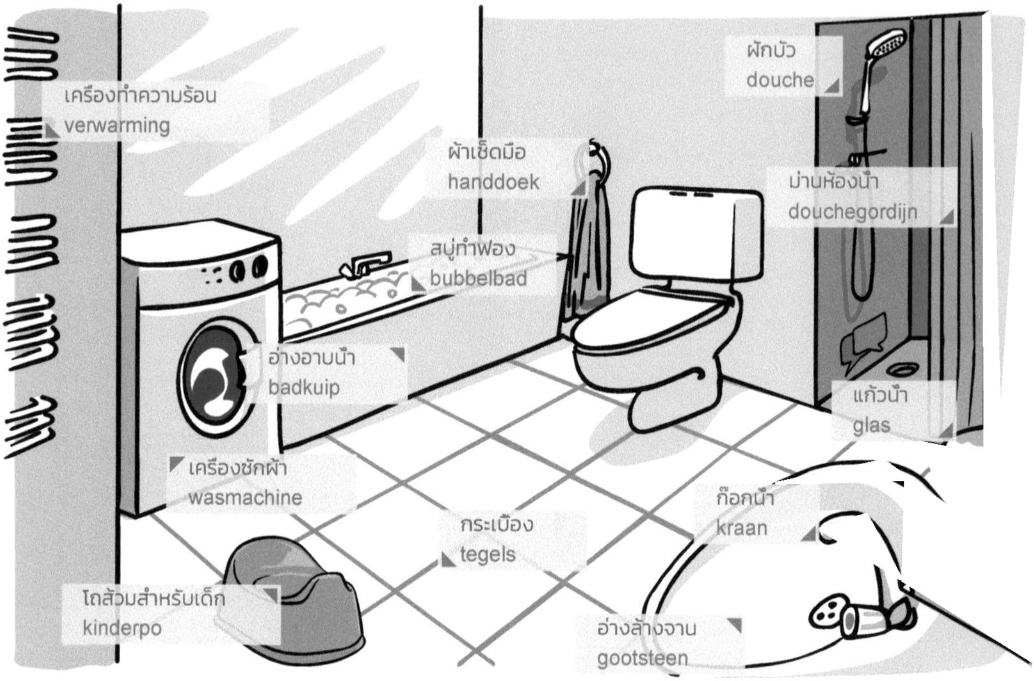

เครื่องทำความร้อน
verwarming
ฝักบัว
douche
ผ้าเช็ดมือ
handdoek
ม่านห้องน้ำ
douchegordijn
สบู่ทำฟอง
bubbelbad
อ่างอาบน้ำ
badkuip
แก้วน้ำ
glas
เครื่องซักผ้า
wasmachine
ก๊อกน้ำ
kraan
กระเบื้อง
tegels
โถส้วมสำหรับเด็ก
kinderpo
อ่างล้างจาน
gootsteen

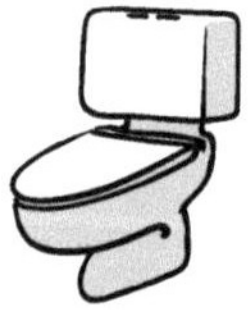

ห้องส้วม
....
toilet

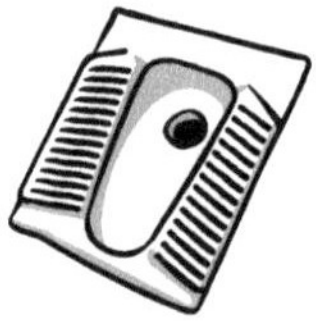

ส้วมนั่งยอง
....
hurktoilet

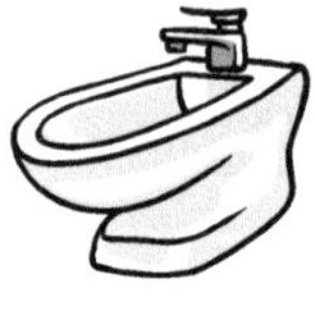

โถปัสสาวะหญิง
....
bidet

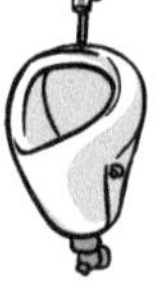

โถปัสสาวะชาย
....
urinoir

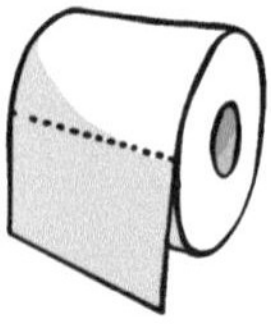

กระดาษชำระสำหรับใช้ในห้องน้ำ
....
toiletpapier

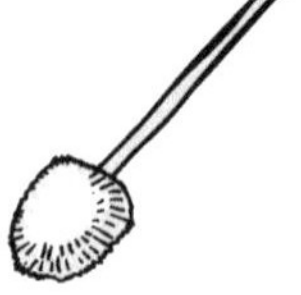

แปรงขัดห้องน้ำ
....
toiletborstel

แปรงสีฟัน

tandenborstel

ยาสีฟัน

tandpasta

ไหมขัดฟัน

flosdraad

ล้าง

wassen

ฝักบัวมือ

handdouche

สายฉีดชำระ

bidethanddouche

อ่างล้างหน้า

waskom

แปรงถูหลัง

rugborstel

สบู่

zeep

เจลอาบน้ำ

douchegel

แชมพู

shampoo

ผ้าสักหลาด

washandje

ท่อระบายน้ำทิ้ง

afvoer

ครีม

crème

ผลิตภัณฑ์ระงับกลิ่นตัว

deodorant

กระจก

spiegel

กระจกถือ

handspiegel

ที่โกนหนวด

scheermes

โฟมโกนหนวด

scheerschuim

โลชั่นบำรุงผิวหลังโกนหนวด

aftershave

หวี

kam

แปรง

borstel

ไดร์เป่าผม

haardroger

สเปรย์ฉีดผม

haarlak

ชุดเครื่องสำอาง

make-up

ลิปสติก

lippenstift

น้ำยาทาเล็บ

nagellak

สำลี

watten

กรรไกรตัดเล็บ

nagelknipper

น้ำหอม

parfum

กระเป๋าอาบน้ำ

toilettas

เก้าอี้สามขา

kruk

เครื่องชั่งน้ำหนัก

weegschaal

เสื้อคลุมอาบน้ำ

badjas

ถุงมือยาง

latex handschoenen

ผ้าอนามัยแบบสอด

tampon

ผ้าอนามัย

maandverband

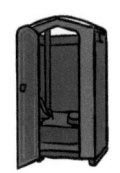

ส้วมเคมี

chemisch toilet

kinderkamer

นาฬิกาปลุก
wekker
ของเล่นน่ารักน่ากอด
knuffel
รถยนต์ของเล่น
speelgoedauto
ของเล่นประเภทเขย่าแล้วมีเสียง
rammelaar
บ้านตุ๊กตา
poppenhuis
ของขวัญ
geschenk

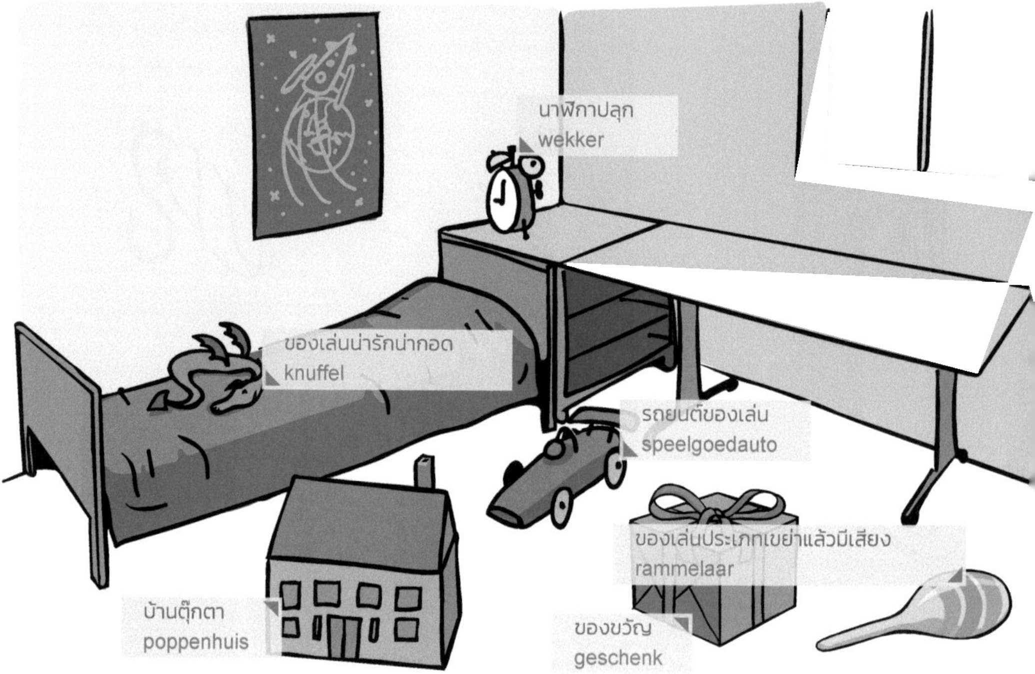

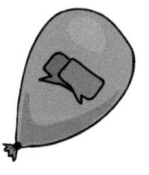

ลูกโป่ง
....
ballon

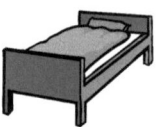

เตียง
....
bed

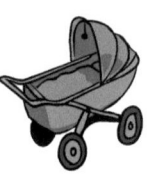

รถเข็นเด็ก
....
kinderwagen

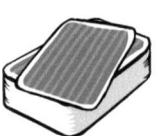

สำรับไพ่
....
spel kaarten

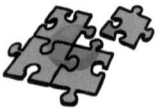

จิ๊กซอว์
....
puzzel

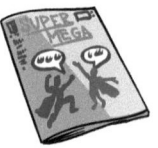

หนังสือการ์ตูน
....
stripboek

ตัวต่อเลโก้

legoblokjes

บล็อกของเล่น

blokken

ฟิกเกอร์แบบขยับท่าทางได้

actiefiguur

เสื้อผ้าทารก

kruippakje

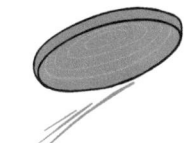

จานร่อน

frisbee

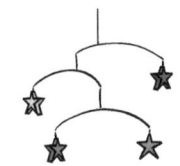

โมบายแขวนหัวเตียงเด็ก

mobiel

เกมกระดาน

bordspel

ลูกเต๋า

dobbelsteen

ชุดรถไฟจำลอง

modelspoorweg

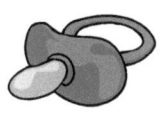

หุ่น

fopspeen

ปาร์ตี้

feest

หนังสือภาพ

prentenboek

ลูกบอล

bal

ตุ๊กตา

pop

เล่น

spelen

หลุมทราย

zandbak

ชิงช้า

schommel

ของเล่น

speelgoed

เครื่องเล่นวิดีโอเกม

spelconsole

รถจักรยานสามล้อ

driewieler

ตุ๊กตาหมี

knuffelbeer

ตู้เสื้อผ้า

kleerkast

kleding

ถุงเท้า

sokken

ถุงน่อง

kousen

กางเกงรัดรูป

maillot

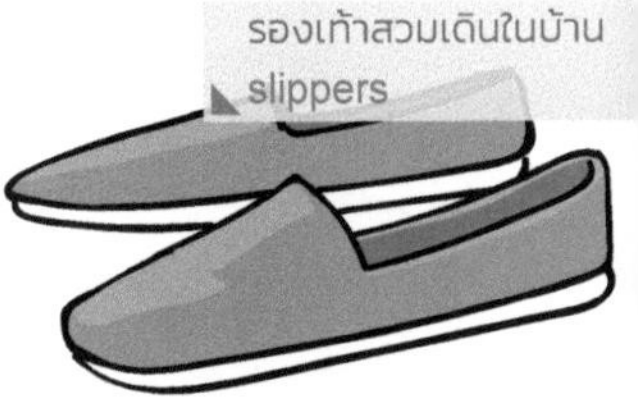

ผ้าพันคอ
sjaal

ร่ม
paraplu

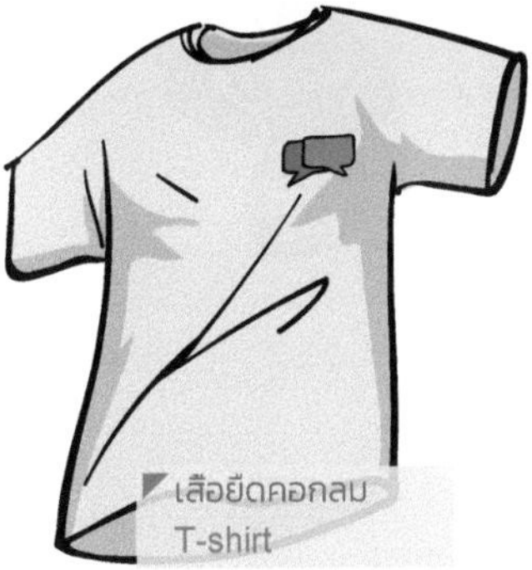

เสื้อยืดคอกลม
T-shirt

เข็มขัด
riem

ร้องเท้าบูท
laarzen

รองเท้าสวมเดินในบ้าน
slippers

รองเท้ากีฬา
sneakers

รองเท้าแตะ
....
sandalen

รองเท้า
....
schoenen

ร้องเท้าบูทยาง
....
rubberlaarzen

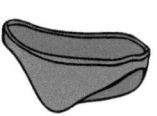

กางเกงชั้นใน
....
onderbroek

ยกทรง
....
beha

เสื้อกล้าม
....
onderhemd

เสื้อรัดรูป
lichaam

กางเกงขายาว
broek

กางเกงยีน
jeans

กระโปรง
rok

เสื้อเชิ้ตสตรี
blouse

เสื้อเชิ้ต
hemd

เสื้อกันหนาว
trui

เสื้อคลุมมีหมวก
capuchontrui

เสื้อเบลเซอร์
blazer

เสื้อแจ็กเก็ต
jas

เสื้อโค้ท
jas

เสื้อกันฝน
regenjas

เครื่องแต่งกาย
kostuum

ชุดเดรส
jurk

ชุดแต่งงาน
trouwjurk

เสื้อสูท
pak

ชุดราตรี
nachthemd

ชุดนอน
pyjama

ผ้าส่าหรี
sari

ฮิญาบ
hoofddoek

ผ้าโพกศรีษะ
tulband

เสื้อบุรุเกาะ
boerka

เสื้อคลุมคาฟตาน
kaftan

เสื้อคลุมอบายะห์
abaya

ชุดว่ายน้ำ
badpak

กางเกงว่ายน้ำ
zwembroek

กางเกงขาสั้น
short

ชุดวอร์ม
trainingspak

ผ้ากันเปื้อน
schort

ถุงมือ
handschoenen

กระดุม

knoop

แว่นตา

bril

กำไลข้อมือ

armband

สร้อยคอ

ketting

แหวน

ring

ต่างหู

oorbel

หมวกแก๊ป

pet

ทีแขวนเสือโค้ท

kapstok

หมวกปีกกว้าง

hoed

เนคไท

das

ซิป

rits

หมวกกันน็อก

helm

สายโยงกางเกง

bretellen

ชุดนักเรียน

schooluniform

เครื่องแบบ

uniform

ผ้ากันเปื้อนเด็ก

slabbetje

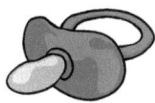

หุ่น

fopspeen

ผ้าอ้อม

luier

kantoor

เซิร์ฟเวอร์
server
ตู้เก็บเอกสาร
dossierkast
ปริ้นเตอร์/เครื่องพิมพ์
printer
กระดาษ
papier
หน้าจอ
monitor
เมาส์
muis
แป้นพิมพ์
toestenbord

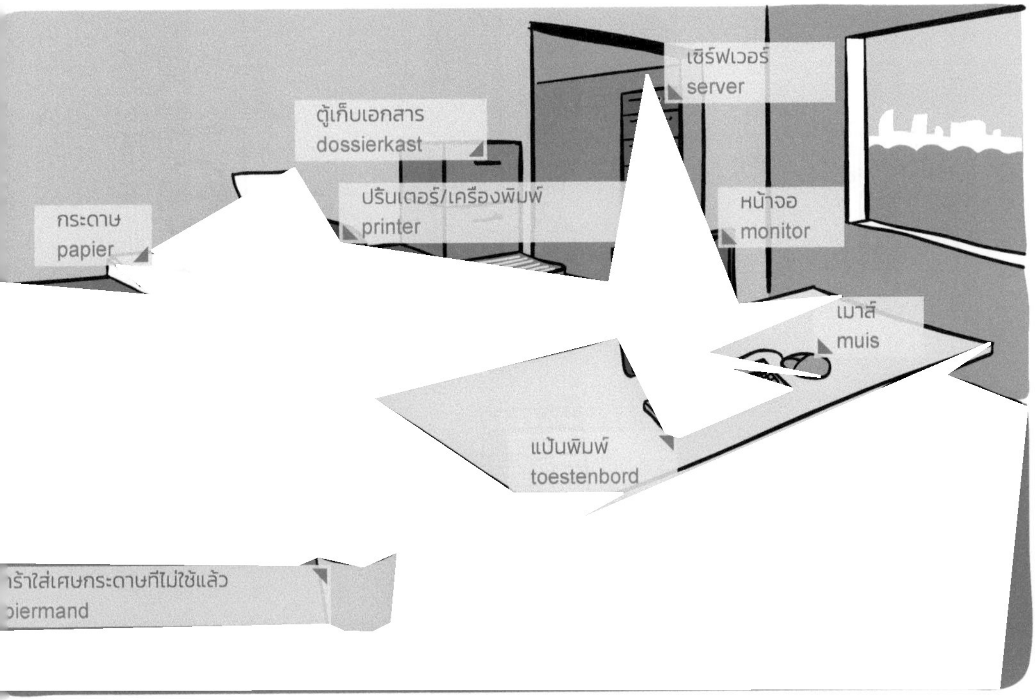

แก้วมัคใส่กาแฟ

koffiemok

เครื่องคิดเลข

rekenmachine

อินเตอร์เน็ต

internet

คอมพิวเตอร์แบบพกพา
laptop

จดหมาย
brief

ข้อความ
bericht

โทรศัพท์มือถือ
gsm

เครือข่าย
netwerk

เครื่องถ่ายเอกสาร
kopieerapparaat

ซอฟต์แวร์
software

โทรศัพท์
telefoon

ปลั๊กตัวเมีย/เต้าเสียบ
stopcontact

เครื่องแฟกซ์
fax

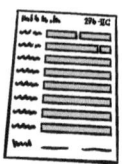

แบบฟอร์ม
formulier

เอกสาร
document

ซื้อ

kopen

จ่าย

betalen

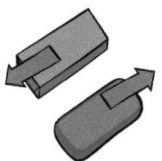

แลกเปลี่ยน

handelen

เงิน

geld

USD

ดอลลาร์

dollar

EUR

ยูโร

euro

JPY

เยน

yen

RUB

รูเบิล

roebel

CHF

ฟรังก์สวิส

Zwitserse frank

CNY

หยวนเหรินหมินปี้

Chinese renminbi

INR

รูปี

roepie

เครื่องสำหรับกดเงินสดจากธนาคาร

geldautomaat

สำนักงานแลกเปลี่ยนเงินตรา

wisselkantoor

ทอง

goud

เงิน

zilver

น้ำมัน

olie

พลังงาน

energie

ราคา

prijs

สัญญา

contract

ภาษี

belasting

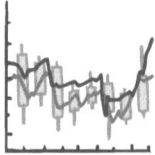

หุ้น

aandeel

ทำงาน

werken

ลูกจ้าง

werknemer

นายจ้าง

werkgever

โรงงาน

fabriek

ร้านค้า

winkel

ความประหยัด - economie

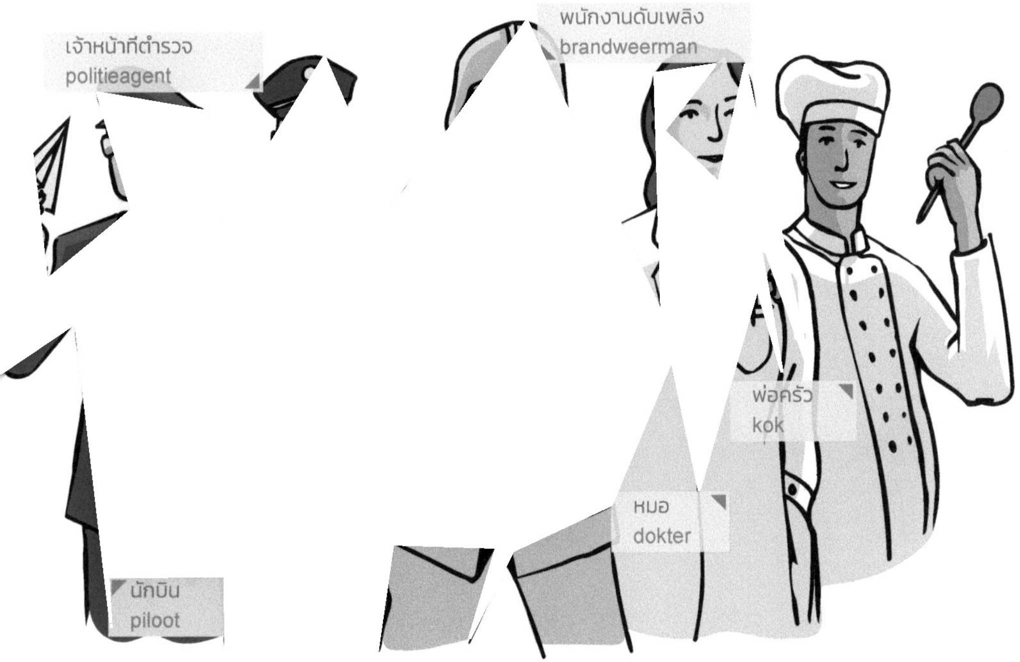

เจ้าหน้าที่ตำรวจ
politieagent

พนักงานดับเพลิง
brandweerman

พ่อครัว
kok

หมอ
dokter

นักบิน
piloot

ชาวสวน

tuinman

ช่างไม้

timmerman

ช่างเย็บผ้าที่เป็นผู้หญิง

naaister

ผู้พิพากษา

rechter

นักเคมี

chemicus

นักแสดงชาย

acteur

คนขับรถประจำทาง

buschauffeur

คนขับรถแท็กซี

taxichauffeur

ชาวประมง

visser

แม่บ้านทำความสะอาด

schoonmaakster

ช่างมุงหลังคา

dakdekker

บริกรชาย

ober

นายพราน

jager

จิตรกร

schilder

คนทำขนมปัง

bakker

ช่างไฟฟ้า

elektricien

ช่างก่อสร้าง

bouwvakker

วิศวกร

ingenieur

คนขายเนือ

slager

ช่างประปา

loodgieter

บุรุษไปรษณีย์

postbode

ทหาร

soldaat

สถาปนิก

architect

พนักงานจ่ายเงิน

kassier

คนขายดอกไม้

bloemist

ช่างทำผม

kapper

พนักงานตรวจตั๋ว

conducteur

ช่างซ่อมรถยนต์

mecanicien

กัปตัน

kapitein

ทันตแพทย์

tandarts

นักวิทยาศาสตร์

wetenschapper

แรบไบ

rabbijn

อิหม่าม

imam

พระ

monnik

พระ/นักบวช

geestelijke

อาชีพ - beroepen

werktuigen

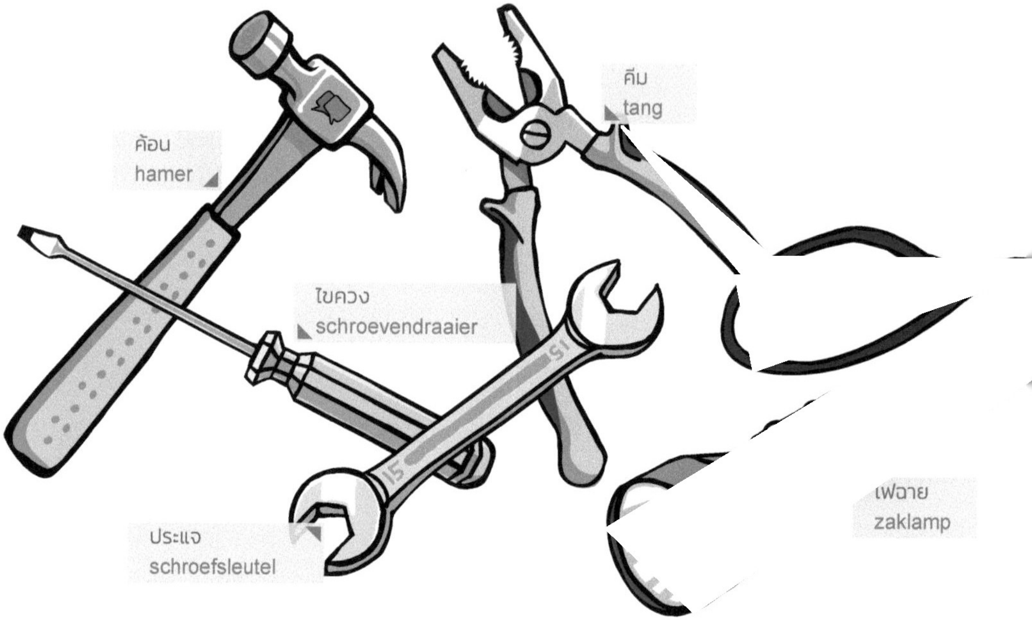
ค้อน
hamer
คีม
tang
ไขควง
schroevendraaier
ประแจ
schroefsleutel
ไฟฉาย
zaklamp

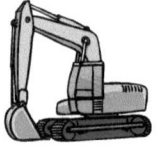

เครื่องขุด

graafmachine

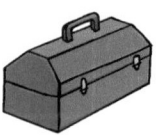

กล่องเครื่องมือ

gereedschapskoffer

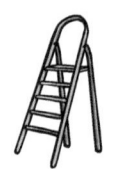

กระได

ladder

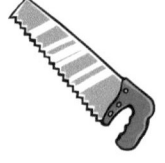

เลื่อย

zaag

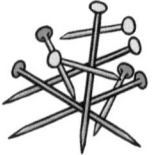

ตะปู

spijkers

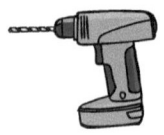

สว่าน

boormachine

ซ่อมแซม

repareren

พลั่ว

schop

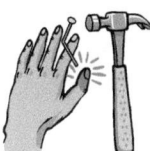

ตายห่า!

Verdomme!

ที่โกยขยะ

blik

ถังสี

verfpot

สกรู

schroeven

muziekinstrumenten

ลำโพง
luidspreker

กลองชุด
drumstel

กีตาร์
gitaar

ดับเบิลเบส
contrabas

ทรัมเป็ต
trompet

เปียโน

piano

ไวโอลิน

viool

เบส

basgitaar

กลองทิมปานี

pauk

กลอง

trommels

คีย์บอร์ด

keyboard

แซ็กโซโฟน

saxofoon

ฟลูต

fluit

ไมโครโฟน

microfoon

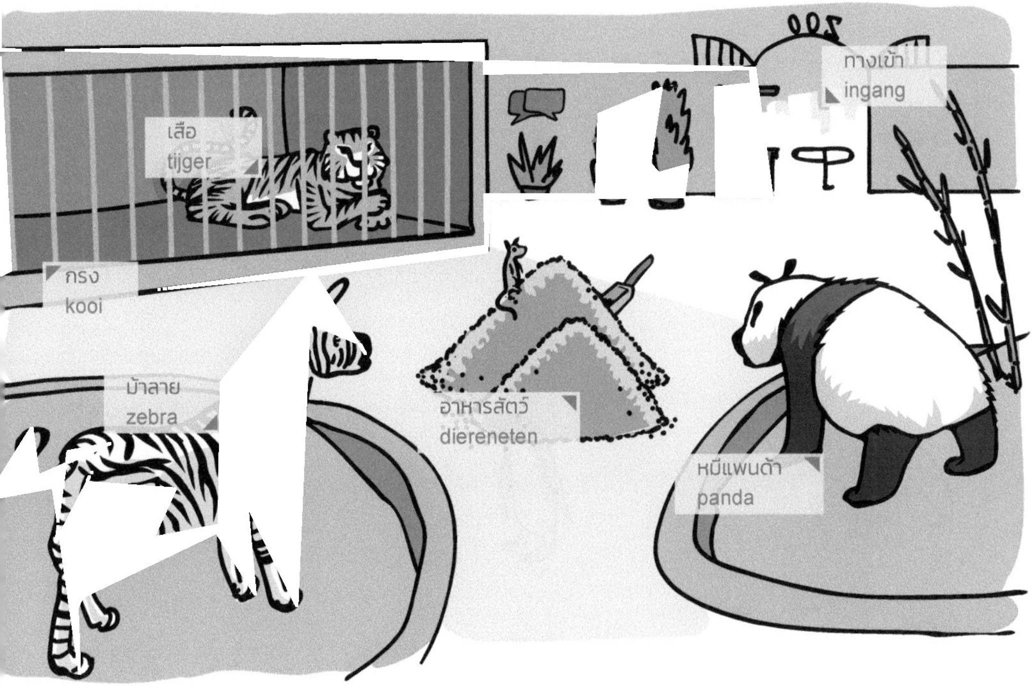

เสือ
tijger

ทางเข้า
ingang

กรง
kooi

ม้าลาย
zebra

อาหารสัตว์
diereneten

หมีแพนด้า
panda

สัตว์
dieren

ช้าง
olifant

จิงโจ้
kangoeroe

แรด
neushoorn

กอริลล่า
gorilla

หมี
beer

อูฐ

kameel

นกกระจอกเทศ

struisvogel

สิงโต

leeuw

ลิง

aap

นกฟลามิงโก

flamingo

นกแก้ว

papegaai

หมีขั้วโลก

ijsbeer

เพนกวิน

pinguïn

ฉลาม

haai

นกยูง

pauw

งู

slang

จระเข้

krokodil

ผู้ดูแลสัตว์

dierenverzorger

แมวน้ำ

zeehond

เสือจากัวร์

jaguar

ม้าพันธุ์เล็ก

pony

เสือดาว

luipaard

ฮิปโป

nijlpaard

ยีราฟ

giraffe

เหยี่ยว

adelaar

หมูป่าตัวผู้

wild zwijn

ปลา

vis

เต่า

zeeschildpad

ช้างน้ำ

walrus

จิ้งจอก

vos

กาเซลล์

gazelle

อเมริกันฟุตบอล
rugby
ขี่จักรยาน
wielrennen
เทนนิส
tennis
บาสเกตบอล
basketbal
ว่ายน้ำ
zwemmen
มวย
boksen
ฮอคกี้น้ำแข็ง
ijshockey

ฟุตบอล

voetbal

แบดมินตัน

badminton

กรีฑา

atletiek

แฮนด์บอล

handbal

สกี

skiën

กีฬาโปโลน้ำ

polo

หัวเราะ
lachen

กระโดด
springen

กอด
knuffelen

เดิน
wandelen

ร้องเพลง
zingen

ฝัน
dromen

ภาวนา/สวดมนต์
bidden

จูบ
kussen

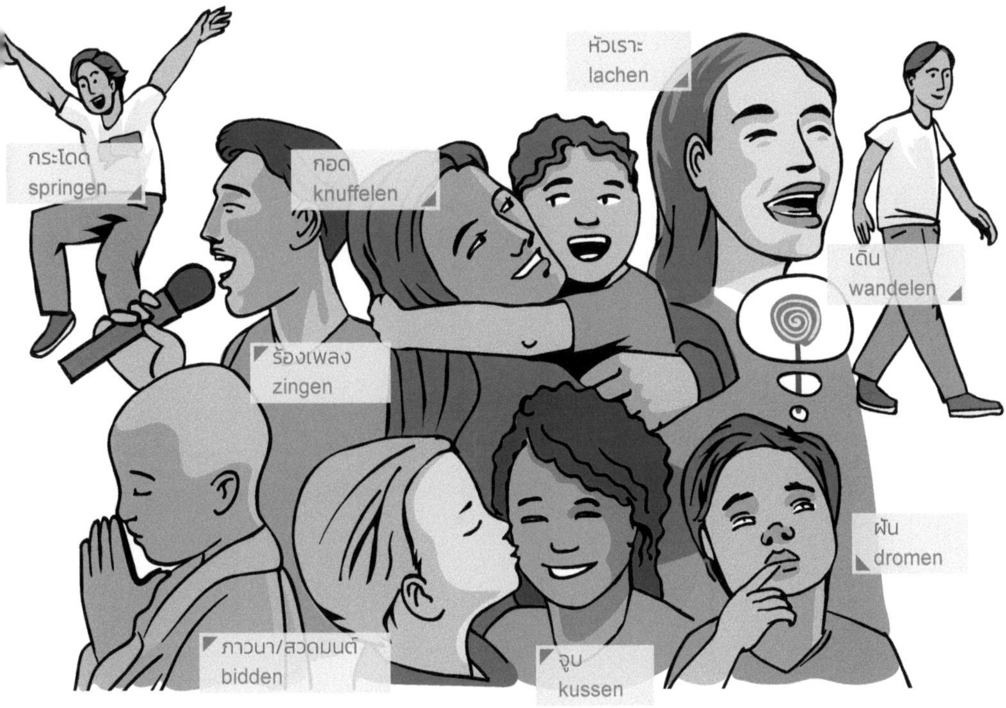

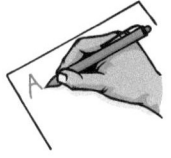

เขียน

schrijven

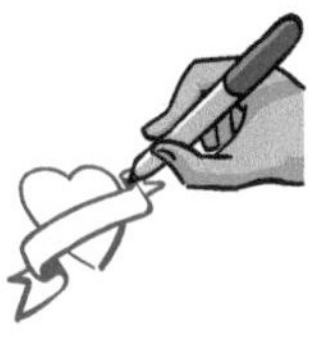

วาดภาพ

tekenen

แสดง

tonen

ผลัก

duwen

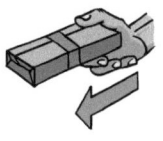

ให้

geven

เอาไป

nemen

มี
hebben

ทำ
doen

เป็น
zijn

ยืน
staan

วิ่ง
lopen

ดึง
trekken

โยน
gooien

ตก/หล่น
vallen

นอนเหยียดยาว
liggen

รอคอย
wachten

ถือ
dragen

นั่ง
zitten

แต่งตัว
aankleden

นอนหลับ
slapen

ตื่น
ontwaken

มองดู

kijken naar

ร้องไห้

wenen

ลูบ

aaien

หวีผม

kammen

พูดคุย

praten

เข้าใจ

begrijpen

ถาม

vragen

ฟัง

luisteren

ดื่ม

drinken

กิน

eten

จัดให้เป็นระเบียบ

opruimen

รัก

houden van

ทำอาหาร

koken

ขับรถ

rijden

บิน

vliegen

ส่องเรือ

zeilen

คำนวณ

rekenen

อ่าน

Lezen

เรียนรู้

leren

ทำงาน

werken

แต่งงาน

trouwen

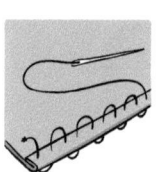

เย็บ

naaien

แปรงฟัน

tandenpoetsen

ฆ่า

doden

สูบบุหรี่

roken

ส่ง

sturen

ย่า/ยาย
grootmoeder

ปู่/ตา
grootvader

พ่อ
vader

แม่
moeder

การก
baby

ลูกสาว
dochter

ลูกชาย
zoon

แขก
gast

ป้า
tante

ลุง
oom

พี่ชาย/น้องชาย
broer

พี่สาว/น้องสาว
zus

หน้าผาก
voorhoofd
ตา
oog
ใบหน้า
gezicht
คาง
kin
หน้าอก
borst
นิ้วมือ
vinger
มือ
hand
แขน
arm
ไหล่
schouder
ขา
been

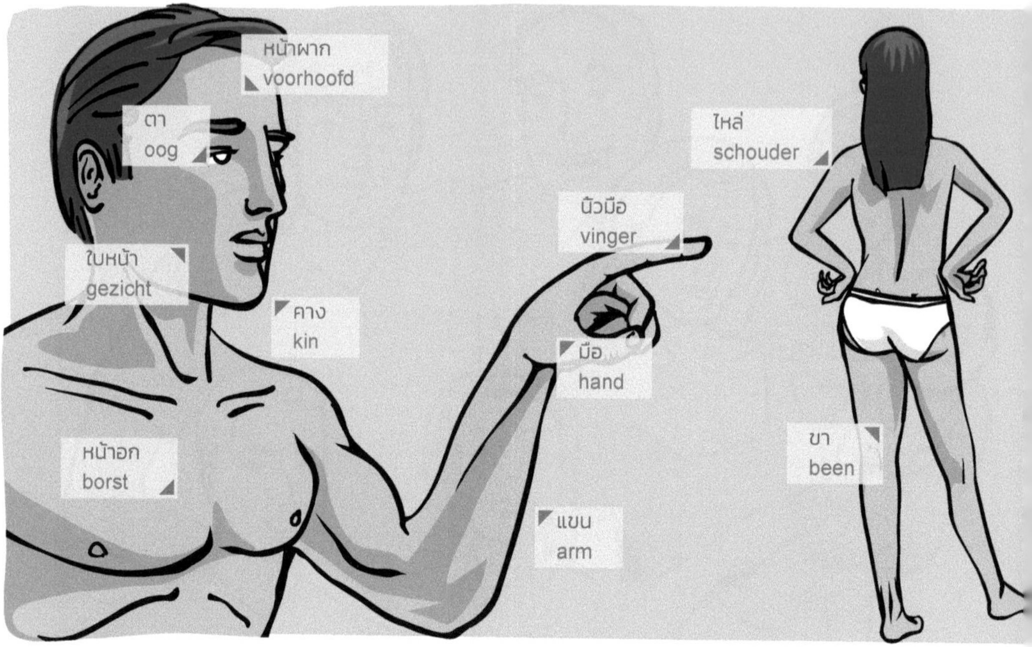

ทารก

baby

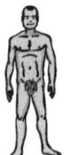

ผู้ชาย

man

ผู้หญิง

vrouw

เด็กผู้หญิง

meisje

เด็กผู้ชาย

jongen

ศีรษะ

hoofd

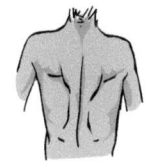

หลัง

rug

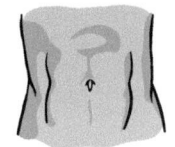

ท้อง

buik

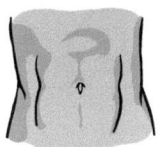

สะดือ

navel

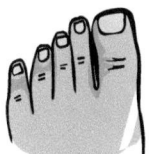

นิ้วเท้า

teen

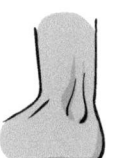

ส้นเท้า

hiel

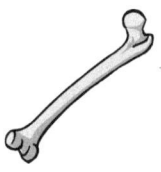

กระดูก

bot

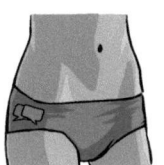

สะโพก

heup

หัวเข่า

knie

ข้อศอก

elleboog

จมูก

neus

ก้น

zitvlak

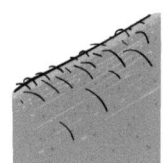

ผิวหนัง

huid

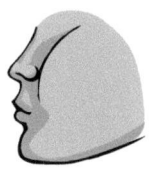

แก้ม

wang

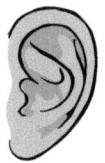

หู

oor

ริมฝีปาก

lip

ปาก

mond

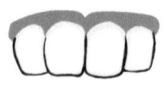

ฟัน

tand

ลิ้น

tong

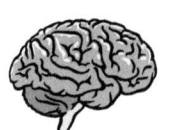

สมอง

hersenen

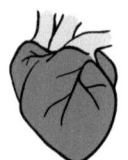

หัวใจ

hart

กล้ามเนื้อ

spier

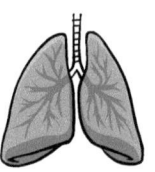

ปอด

long

ตับ

lever

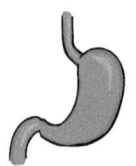

กระเพาะ

maag

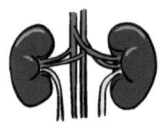

ไต

nieren

เพศสัมพันธ์

seks

ถุงยาง

condoom

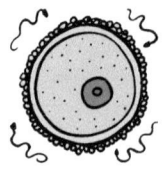

เซลล์ไข่

eicel

น้ำอสุจิ

sperma

การตั้งครรภ์

zwangerschap

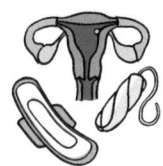

ประจำเดือน

menstruatie

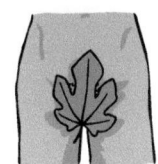

ช่องคลอด

vagina

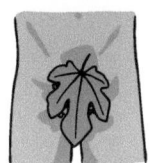

องคชาต

penis

คิ้ว

wenkbrauw

เส้นผม

haar

คอ

nek

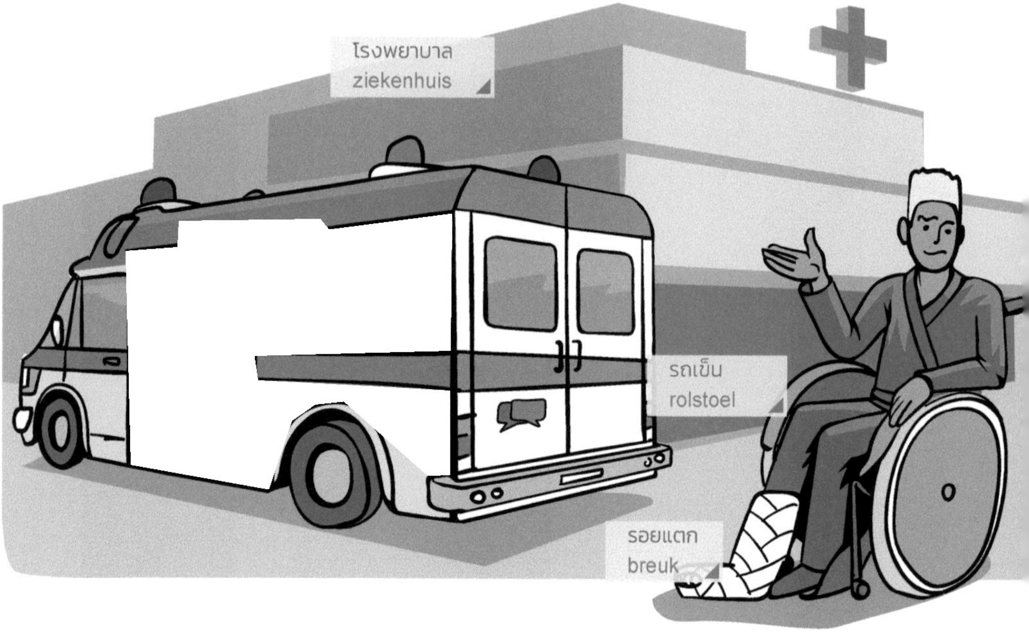

โรงพยาบาล
ziekenhuis

รถเข็น
rolstoel

รอยแตก
breuk

หมอ
dokter

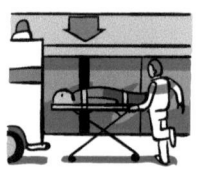

ห้องฉุกเฉิน
spoed

พยาบาล
verpleegkundige

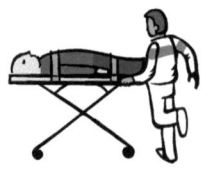

ฉุกเฉิน
noodgeval

หมดสติ
bewusteloos

อาการเจ็บปวด
pijn

การบาดเจ็บ

verwonding

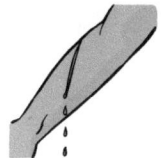

เลือดไหล

bloeding

หัวใจวาย

hartaanval

โรคหลอดเลือดในสมอง

beroerte

โรคภูมิแพ้

allergie

ไอ

hoest

ไข้

koorts

ไข้หวัด

griep

ท้องเสีย

diarree

การปวดหัว

hoofdpijn

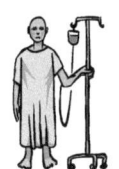

มะเร็ง

kanker

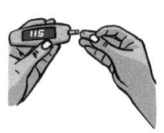

โรคเบาหวาน

diabetes

ศัลยแพทย์

chirurg

มีดผ่าตัด

scalpel

การผ่าตัด

operatie

เครื่องเอกซเรย์คอมพิวเตอร์ควา
มเร็วสูง
CT

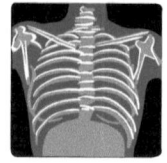

เอกซเรย์
röntgenstraal

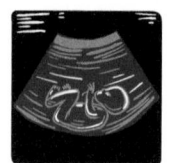

อัลตราซาวด์
ultrageluid

หน้ากากอนามัย
gezichtsmasker

โรค
ziekte

ห้องรอตรวจ
wachtkamer

ไม้เท้า
kruk

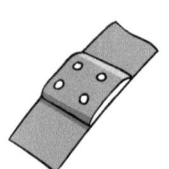

ปลาสเตอร์ยา
pleister

ผ้าพันแผล
verband

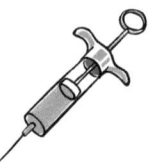

ฉีดยา
injectie

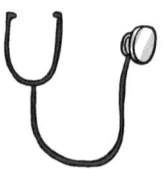

เครื่องฟังตรวจ
stethoscoop

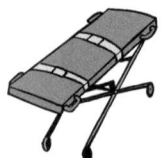

เปลหาม
brancard

ปรอทวัดไข้
thermometer

การเกิด
geboorte

น้ำหนักเกิน
overgewicht

เครื่องช่วยฟัง

hoorapparaat

สารฆ่าเชื้อ

ontsmettingsmiddel

การติดเชื้อ

infectie

ไวรัส

virus

เอชไอวี/เอดส์

HIV / AIDS

ยา

medicijn

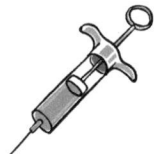

การฉีดวัคซีน

vaccinatie

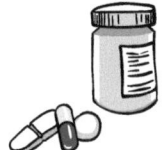

ยาเม็ด

tabletten

ยาเม็ดกลม

pil

โทรออกฉุกเฉิน

noodoproep

เครื่องวัดความดันโลหิต

bloeddrukmeter

ป่วย/ สุขภาพดี

ziek / gezond

noodgeval

ช่วยด้วย!

Help!

สัญญาณเตือนภัย

alarm

การทำร้าย

overval

การโจมตี

aanval

อันตราย

gevaar

ทางออกฉุกเฉิน

nooduitgang

ไฟไหม้!

Brand!

ถังดับเพลิง

brandblusser

อุบัติเหตุ

ongeval

ชุดปฐมพยาบาลเบื้องต้น

EHBO-kit

สัญญาณขอความช่วยเหลือ

SOS

ตำรวจ

politie

ยุโรป
Europa

อเมริกาเหนือ
Noord-Amerika

อเมริกาใต้
Zuid-Amerika

แอฟริกา
Afrika

เอเชีย
Azië

ออสเตรเลีย
Australië

แอตแลนติก
Atlantische Oceaan

แปซิฟิก
Stille Oceaan

มหาสมุทรอินเดีย
Indische Oceaan

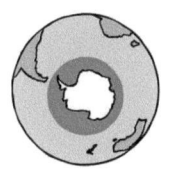

มหาสมุทรแอนตาร์กติก
Antarctische Oceaan

มหาสมุทรอาร์กติก
Arctische Oceaan

ขั้วโลกเหนือ
Noordpool

ขั้วโลกใต้

Zuidpool

แอนตาร์กติกา

Antarctica

โลก

aarde

พื้นดิน

land

ทะเล

zee

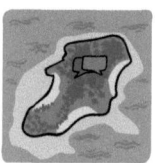

เกาะ

eiland

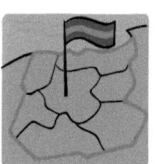

ชาติ/ประชาชาติ

natie

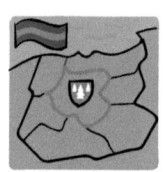

รัฐ

staat

หน้าปัดนาฬิกา

wijzerplaat

เข็มชั่วโมง

uurwijzer

เข็มนาที

minuutwijzer

เข็มวินาที

secondewijzer

กี่โมงแล้ว?

Hoe laat is het?

วัน

dag

เวลา

tijd

ตอนนี้

nu

นาฬิกาดิจิตอล

digitale horloge

นาที

minuut

ชั่วโมง

uur

week

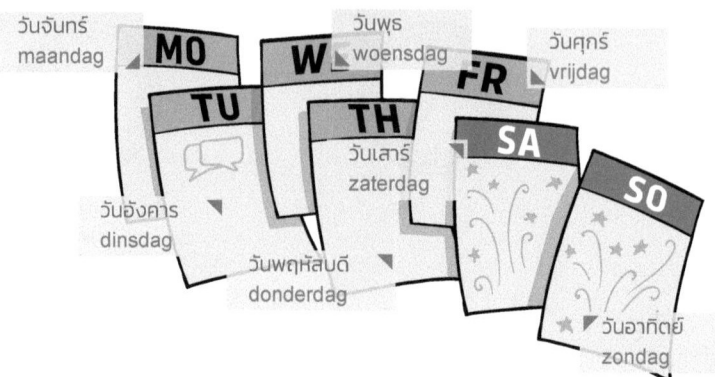

วันจันทร์
maandag
วันอังคาร
dinsdag
วันพุธ
woensdag
W
วันพฤหัสบดี
donderdag
วันศุกร์
vrijdag
วันเสาร์
zaterdag
วันอาทิตย์
zondag

เมื่อวาน

gisteren

วันนี้

vandaag

พรุ่งนี้

morgen

ตอนเช้า

ochtend

ตอนเที่ยง

middag

ตอนเย็น

avond

วันทำการ

werkdagen

วันสุดสัปดาห์

weekend

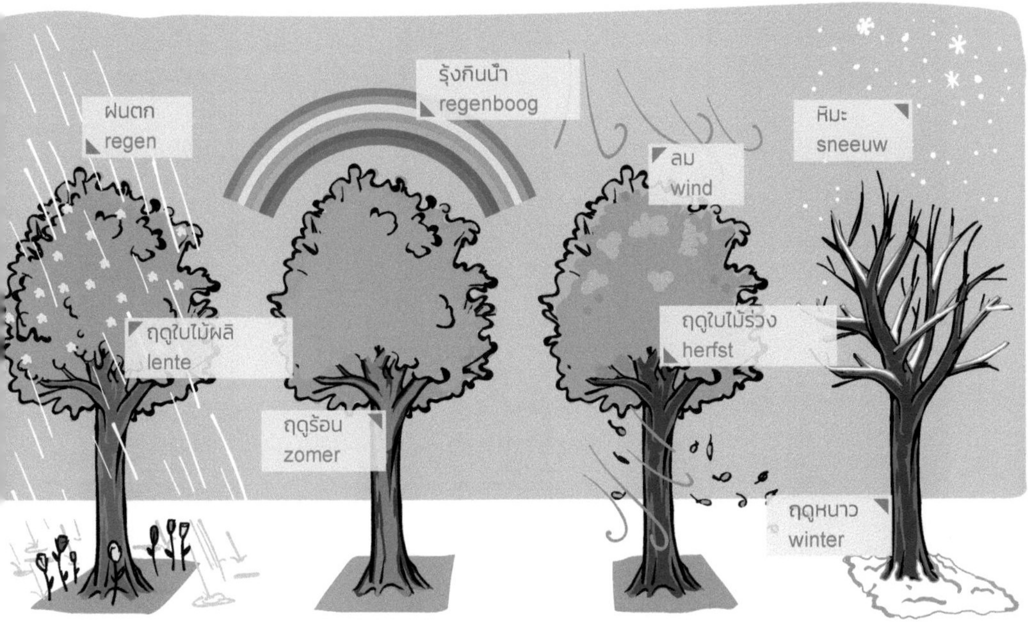

ฝนตก
regen
รุ้งกินน้ำ
regenboog
ลม
wind
หิมะ
sneeuw
ฤดูใบไม้ผลิ
lente
ฤดูร้อน
zomer
ฤดูใบไม้ร่วง
herfst
ฤดูหนาว
winter

4.APRIL 11°
5.APRIL 4°
6.APRIL 13°
7.APRIL 8°
8.APRIL 10°

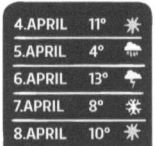

การพยากรณ์อากาศ

weervoorspelling

F C
120 40
90 30
60 20
30 10
0 0
-30 -10
-20

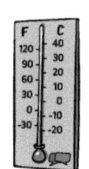

เครื่องวัดอุณหภูมิ

thermometer

แสงแดด

zonneschijn

ก้อนเมฆ

wolk

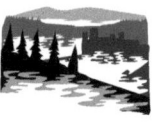

หมอก

mist

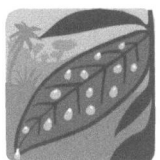

ความชื้น

vochtigheid

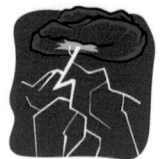

ฟ้าแลบ/ฟ้าผ่า

bliksem

ฟ้าร้อง

donder

พายุ

storm

ลูกเห็บ

hagel

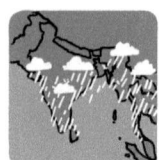

ลมมรสุม

moesson

น้ำท่วม

overstroming

น้ำแข็ง

ijs

มกราคม

januari

กุมภาพันธ์

februari

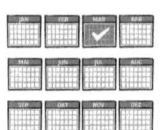

มีนาคม

maart

เมษายน

april

พฤษภาคม

mei

มิถุนายน

juni

กรกฎาคม

juli

สิงหาคม

augustus

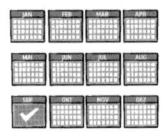

กันยายน
....
september

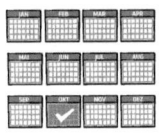

ตุลาคม
....
oktober

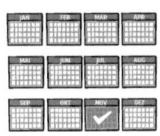

พฤศจิกายน
....
november

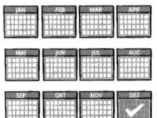

ธันวาคม
....
december

vormen

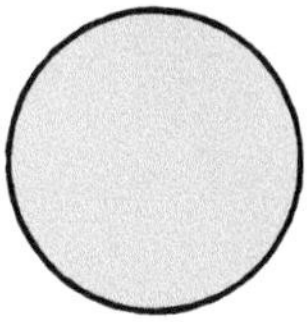

วงกลม
....
cirkel

สี่เหลี่ยม
....
kwadraat

สี่เหลี่ยมผืนผ้า
....
rechthoek

สามเหลี่ยม
....
driehoek

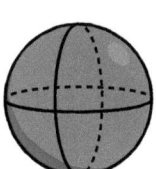

ทรงกลม
....
bol

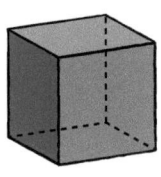

ลูกบาศก์
....
kubus

ขาว
wit

เหลือง
geel

ส้ม
oranje

ชมพู
roze

แดง
rood

ม่วง
paars

ฟ้า
blauw

เขียว
groen

น้ำตาล
bruin

เทา
grijs

ดำ
zwart

มาก/ น้อย

veel / weinig

ฉุนเฉียว/ สงบ

boos / kalm

สวยงาม/ น่าเกลียด

mooi / lelijk

เริ่มต้น/ จบ

begin / einde

ใหญ่/ เล็ก

groot / klein

สว่าง/ มืด

licht / donker

น้องชาย,พี่ชาย/ น้องสาว,พี่สาว

broer / zus

สะอาด/ สกปรก

proper / vuil

สมบูรณ์/ ไม่สมบูรณ์

volledig / onvolledig

กลางวัน/ กลางคืน

dag / nacht

ตาย/ มีชีวิต

dood / levend

กว้าง/ แคบ

breed / smal

กินได้/ กินไม่ได้

eetbaar / oneetbaar

ชั่วร้าย/ ใจดี

kwaadaardig / vriendelijk

น่าตื่นเต้น/ น่าเบื่อ

opgewonden / verveeld

อ้วน/ ผอม

dik / dun

อย่างแรก/ สุดท้าย

eerst / laatst

เพื่อน/ ศัตรู

vriend / vijand

เต็ม/ ว่างเปล่า

vol / leeg

แข็ง/ นุ่ม

hard / zacht

หนัก/ เบา

zwaar / licht

หิว/ กระหายน้ำ

honger / dorst

ป่วย/ สุขภาพดี

ziek / gezond

ผิดกฎหมาย/ ถูกกฎหมาย

illegaal / legaal

ฉลาด/ โง่

intelligent / dom

ซ้าย/ ขวา

links / rechts

ใกล้/ ไกล

dichtbij / veraf

ใหม่/ ใช้แล้ว

nieuw / gebruikt

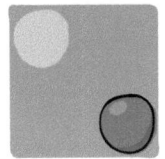

ไม่มี/ บางสิ่งบางอย่าง

niets / iets

แก่/ หนุ่ม

oud / jong

เปิด/ปิด

aan / uit

เปิด/ ปิด

open / dicht

เงียบ/ ดัง

stil / luid

รวย/ จน

rijk / arm

ถูก/ ผิด

juist / fout

ขรุขระ/ เรียบ

ruw / glad

เศร้า/ ดีใจ

droevig / blij

สั้น/ ยาว

kort / lang

ช้า/ เร็ว

traag / snel

เปียก/ แห้ง

nat / droog

อบอุ่น/ หนาวเย็น

warm / koud

สงคราม/ สันติภาพ

oorlog / vrede

0	**1**	**2**
ศูนย์	หนึ่ง	สอง
nul	één	twee
3	**4**	**5**
สาม	สี่	ห้า
drie	vier	vijf
6	**7**	**8**
หก	เจ็ด	แปด
zes	zeven	acht
9	**10**	**11**
เก้า	สิบ	สิบเอ็ด
negen	tien	elf

12

สิบสอง

twaalf

13

สิบสาม

dertien

14

สิบสี่

veertien

15

สิบห้า

vijftien

16

สิบหก

zestien

17

สิบเจ็ด

zeventien

18

สิบแปด

achtien

19

สิบเก้า

negentien

20

ยี่สิบ

twintig

100

หนึ่งร้อย

honderd

1.000

หนึ่งพัน

duizend

1.000.000

หนึ่งล้าน

miljoen

ภาษาอังกฤษ
....
Engels

ภาษาอังกฤษแบบอเมริกัน
....
Amerikaans Engels

ภาษาจีนแมนดาริน
....
Chinees (Mandarijn)

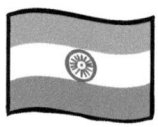

ภาษาฮินดี
....
Hindi

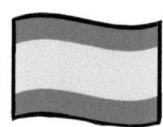

ภาษาสเปน
....
Spaans

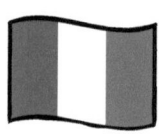

ภาษาฝรั่งเศส
....
Frans

ภาษาอาหรับ
....
Arabisch

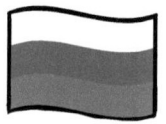

ภาษารัสเซีย
....
Russisch

ภาษาโปรตุเกส
....
Portugees

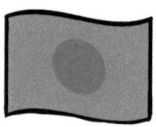

ภาษาเบงกอล
....
Bengali

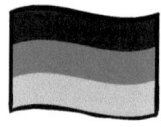

ภาษาเยอรมัน
....
Duits

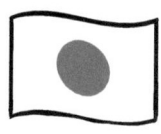

ภาษาญี่ปุ่น
....
Japans

ฉัน
ik

เธอ
u

เขา / หล่อน / มัน
hij / zij / het

พวกเรา
wij

พวกคุณ
u

พวกเขา
ze

ใคร?
wie?

อะไร?
wat?

อย่างไร?
hoe?

ที่ไหน?
waar?

เมื่อไหร่?
wanneer?

HELLO, I AM

ชื่อ
naam

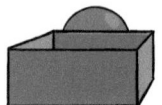

ข้างหลัง

achter

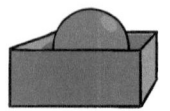

ใน

in

ข้างหน้า

voor

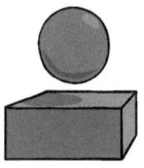

เหนือ

boven

บน

op

ใต้

onder

ด้านข้าง

naast

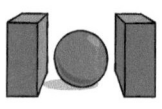

ระหว่าง

tussen

ตำแหน่ง

plaats